மரமொதுங்கிய நிழல்

மரமொதுங்கிய நிழல்

கவிதைகள்

கொ.அன்புகுமார்

டிஸ்கவரி பப்ளிகேஷன்ஸ்
எண்: 9, பிளாட் எண்: 1080A, ரோஹிணி பிளாட்ஸ்
முனுசாமி சாலை, கே.கே.நகர் மேற்கு,
சென்னை – 600 078. பேச: 99404 46650

மரமொதுங்கிய நிழல் (கவிதைகள்)
ஆசிரியர்: **கொ.அன்புகுமார்**©

MARAMODHUNGKIA NIZHAL
Author: **C.Anbukumar**©

First Edition: Sep - 2022

ISBN: 978-93-95285-03-2

வெளியீட்டு எண்: **0184**

Pages: 144

Rs. 160

Publisher • *Sales Rights*

Discovery Publications	**Discovery Book Palace (P) Ltd**
No. 9, Plot,1080A, Rohini Flats,	No. 1055-B, Munusamy Salai,
Munusamy Salai,	K.K.Nagar West,
K.K.Nagar West,	Chennai-600 078.
Chennai - 600 078.	Ph: (044) 4855 7525
Mobile: +91 99404 46650	Mobile: +91 87545 07070

discoverybookpalace@gmail.com
WWW.DISCOVERYBOOKPALACE.COM

இந்த நூலில் பிரசுரமாகியுள்ள எந்த ஒரு பகுதியையும் பதிப்பாளரின் எழுத்துபூர்வமான முன்அனுமதி பெறாமல் எடுத்தாள்வதோ, மறுபிரசுரம் செய்வதோ, மொழியாக்கம் செய்வதோ, அச்சு மற்றும் மின்னணு ஊடகங்களில் மறுபதிப்புச் செய்வதோ, காப்புரிமைச் சட்டப்படி தடை செய்யப்பட்டுள்ளது. இந்த நூலிலிருந்து குறிப்பிட்ட பகுதிகளை மேற்கோள்காட்டி புத்தக விமர்சனம் செய்ய, ஊடகங்களுக்கு மட்டும் அனுமதி உண்டு.

உங்கள் மொபைல் போனிலிருந்து ஸ்கேன் செய்து 'டிஸ்கவரி புக் பேலஸ்' மொபைல் ஆப்பை டவுன்லோடு செய்து, புத்தகங்களை வாங்குங்கள்.

தங்க மகள் ஆதினி குட்டிக்கு...

பெற்றோர் கொலம்பஸ்-சசிகலா...
பிரியமிகு மனைவி பிரவீனா...
தம்பி கொ.அன்புராஜா, தங்கைகள் அன்புகுமாரி, அன்புசெல்வி...
தோழன் முனைவர் நடராஜன்

உள்ளிட்ட என்னுடன் பயணிக்கும்
அனைத்து நல்ல உள்ளங்களுக்கும் நெஞ்சார்ந்த நன்றிகள்.

ஆசிரியர் உரை

'மரமொதுங்கிய நிழல்' சாய்வுகளுக்கு உட்பட்டாலும் மரங்களை விட்டு அகலாது, தனக்குள்ளேயே அடங்கும், ஒடுங்கும். நிழல் பொதி சுமக்கும்; எல்லோரையும் இளைப்பாற்றும்; அது நிஜமல்ல என்றாலும் பொய்யில்லை. நிமிட முள்ளைப்போல நகரும்; நம் நினைவுகளைப் போலவே அடரும்; உச்சிவெயில் போடும் கோலங்களில் தன்மீதேறி தானே அமர்ந்துகொள்ளும். எல்லா நிஜங்களுக்குள்ளும் ஓர் நிழல் இருக்கவே செய்யும். எல்லா நிழலுக்குள்ளும் ஓர் நிஜம் இருக்கிறது. என் வாழ்வியல் நிஜமாகவும் நிழலாகவும் இருக்கும் படைப்புகளை உங்கள் முன்வைப்பதில் மகிழ்ச்சி.

காலம் எனக்கான வாய்ப்பைக் கொடுக்கவே இல்லையெனக் கடந்தோடின பாதைகளை, வெறித்துக்கொண்டிருக்காமல் என் வாழ்வியல் ரேகைகளையே எனக்கான வசந்தங்களாய், கோர்த்திருக்கிறேன். எத்தனையோ ஆண்டுகளாய் புத்தகம் வெளியிடும் ஆசைகளைப் புதருக்குள் ஒளித்தது போல், வறுமையின் பெருவாழ்வை வாழ்ந்தே செரித்திருக்கிறேன். புத்தகம் வெளியிடவில்லையே தவிர, என் புத்திக்கு எட்டிய கவிதைகளின் முடிச்சுகளையெல்லாம் எனை அறிந்தோர் எப்போதோ அவிழ்த்துப் பார்த்துவிட்டனர். ஆனாலும் அவர்களும் அறிந்திராத என் புது எழுத்துவீணையை இப்போதே இசைக்கின்றேன்.

இதோ, அதோ, அடுத்த வருடம் என கடந்து, சென்ற ஆண்டுகளை யெல்லாம் கணக்கெடுத்தால் கண்ணீரே உருவெடுக்கும்.

என் கழுத்தளவு கவிதைகளின் சிறுதுளிகூட உங்களின் மன இடுக்குகளில் நிச்சயம் நீச்சலிடும் என்ற நம்பிக்கையிருக்கிறது. என் காலம்கடந்த கவிதைகளில்கூட இனிவரும் தலைமுறைகள் அறிந்திடாத வாசம் இருக்கும், சுவாசம் இருக்கும்.

அம்மாவிடம் இருந்த கடைசிப் பொட்டுத் தங்கத்தை மயிலாடுதுறை மாரியம்மன் கோவில் வீதியில் இருந்த சேட்டுக்கடையில் அடமானம் வைத்துவிட்டு, சென்னைக்குக் கிளம்பிய அந்த நாளைப் போலவே இருட்டாக இருந்தது அதன் பிறகான வாழ்க்கையும். ஆனாலும், என் நம்பிக்கையின் வேர்கள், வெளிச்சத்தை நோக்கியே நகர வைத்தன.

கும்மிருட்டு வெளிச்சத்தில் ஆறுமரக்கால் நெல்லைக் கூலியாக வாங்கி வந்த அப்பாவின் வலிமோதி எனக்குள்ளேயே கத்திக்கத்திப் புழுங்கிய வேதனைகளோடும் வெறுமைகளோடும், வீட்டுச் சுமைகள் மொத்தத் தையும் என் சிறகில் ஏற்றிக்கொண்டு பறந்தேன்.

யாரையும் எங்கேயும் இறக்கிவிட முடியவில்லை. யாரையாவது எங்கேனும் இறக்கிவிட்டால் இன்னொருவர் ஏறிக்கொள்வர். அப்படியாகவே தொடர்ந்தது பயணம். அந்தச் சுமைகள் யாவும் இல்லையெனில் வெகு தூரம் பறந்திருக்கலாம், நினைத்ததையெல்லாம் அடைந்திருக்கலாம், வெற்றி வெகுசீக்கிரம் கிடைத்திருக்கும் என்று சில நேரம் நினைத்ததுண்டு.

இல்லையில்லை, அதுவல்ல வெற்றி! என் வீட்டுச் சுமைகளைச் சுகமாகத் தூக்கிக்கொண்டு பறப்பதே வெற்றியென எல்லைக்கோட்டைத் தாண்டி வீரியமாய்ப் பாய்ந்திருக்கின்றன என் கால்கள்.

புத்தகம் எழுதி வெளியிட ஆசையிருந்தும் அந்தப் பணமிருந்தால் தங்கையின் திருமணத்திற்கு ஒருபவுன் நகைவாங்கி வைக்கலாம் என்றே, என் கனவுகளைத் தொலைத்திருக்கிறேன்.

'ஆயிரம் ஆனாலும் மாயூரம் ஆகாது' என்ற பழமொழிக்கு ஏற்ப புத்துயிரை நிதம் திணிக்கும் புதுப்பெயர் கொண்ட என் ஆருயிர் மயிலாடுதுறைக்கு அருகே இருக்கிறது எங்கள் சிறிய கிராமம் முட்டம்.

கொலம்பஸ்-சசிகலா பெற்றெடுத்த முதல் பிள்ளை நான். தங்கைகள் கொ.அன்புகுமாரி, கொ.அன்புசெல்வி, தம்பி கொ.அன்புராஜா என அன்பால் இறுகக் கட்டும் சாம்ராஜ்யம் எங்களுடையது.

எழுத்து எழுத்து என என் வீட்டு அறைகளுக்குள் எனைப் பூட்டிக் கொண்டபோதெல்லாம், இன்முகம் காட்டி என்னை எழுத வைத்த என் அன்பு மனைவி பிரவீனாவுக்கு என் அன்பு முத்தங்கள்.

உடன் பிறக்கவில்லை என்றாலும் உயிரைத் தருவாள் அக்கா ஷர்மி நாகலிங்கம். நான் நொடிக்கும் போதெல்லாம் தாங்கிக்கொள்ளும் தாய் அவள். துவண்டபோதெல்லாம் என் தோழியவள். என் அக்காவாகிய வரம் அவள். அக்காவுக்கு என் நன்றிகள்.

வாழ்க்கையில் சிறந்த நண்பர்கள் ஒருசிலருக்கே உண்டு. அந்த வகையில் என் வானம், வரம் எல்லாமே என் நண்பன் பாரதியார் பல்கலைக்கழகத்தின் உதவிப்பேராசிரியர் முனைவர் அ. நடராசனுக்கு நன்றிகள்.

என் எண்ணங்களின் திண்ணையில் அதிக நேரம் அமரும் ஆருயிர் தம்பி கொ.அன்புராஜா, தங்கைகள் அன்புகுமாரி, அன்புசெல்வி மற்றும் எனது வளர்ச்சியை எதிர்பார்த்துக் காத்திருக்கும் அத்தனை உறவுகளுக்கும் நன்றி சொல்லக் கடமைப்பட்டிருக்கிறேன்.

எழுதுங்கள் அய்யா என்று எனை எப்போதும் ஊக்கப்படுத்தும் தம்பி ரஞ்சித் ஜெயராமனுக்கு பேரன்பும், அன்பு முத்தங்களும்.

இயக்கம் எப்போதுமே எல்லா பெயர்களுக்கும் கடைசியாக வரும். அந்த வகையில் இந்தக் கவிதை நூலை செதுக்கித் தந்த டிஸ்கவரி பப்ளிகேஷன்ஸ் உரிமையாளர் திரு. மு.வேடியப்பன் அவர்களுக்கு கோடி நன்றிகள்!

- கொ.அன்புகுமார்
தொடர்புக்கு: *8939667467*

வாழ்த்துச் செய்தி

உன் கவிதைகள் அனைத்தும்
உள் மனதில் ஓவியமாய் உருவெடுக்கும்
எண்ணங்களில் மறையாமல் நிழலாடும்...

உன் படைப்புகள் அனைத்தையும் பொக்கிஷமாய்
இனிவரும் சந்ததியினர் கொண்டாடுவர் என்பதில் ஐயமில்லை.
இறையருளுடன் பிரகாசித்து ஜொலிப்பாய்!

வாழ்த்துகள்!

அன்புடன்,
ச.நாகலிங்கம்

மணற்பொந்தில் குஞ்சுபொறித்த
மீன்கொத்தியிடம் சொல்லுங்களேன்
ஆற்றில் தண்ணீர் திறந்துவிட்ட
கதையை!

★

நனைத்த துளிகளை
துவட்டிவிட்டு
நனையாமல் விட்டுவைத்த
மழைத்துளியை
ரசிக்கிறேன்
ஜன்னல்வெளியில்!

★

கதிரறுக்காமல்
விட்டுப் போயிருக்கிறார்கள்
மகாத்மாக்கள்
கருவாலிக்குருவியின்
முட்டைகளைப் பார்த்து!

✡

கல்யாணத்துக்காக
விற்ற மாடு
தாலிகட்டும் நேரத்திற்கு
பந்தலில் வந்து நிற்க
அடிமாடாகப் போனதென்னவோ
அக்கா மட்டும்தான்!

✡

கோவில் கட்டச் சொல்லி
ஆணையிட்ட சாமிகள்
மீண்டும் வருவதென்னவோ
அடுத்த திருவிழாவுக்கே!
✦

முந்நூறு மைல் கடந்தும்
மூச்சுவிடாமல்
எழுதித் தீர்க்கும்
காற்றின் முகவரியை
மின்விசிறி றெக்கைகளின்
ஆசுவாசத்தில்
கண்டபிறகே
மனசு ஆறும்
விடியற்காலைகளில்!
✦

பரிமளா அக்காவின் சவத்தில்
விழிக்கவே இல்லை கடைசிவரை...
தூதுபோன என்னிடமும்
துணைக்கு நின்ற ராமுவிடமும்
சொல்லாமல் போன செல்வம்
மாமரத்துக் களத்தில் தூக்கிட்டுக் கிடந்ததாக
சொல்லியழுதார்கள்
யார் பார்த்தா?!

✣

தாத்தாவுக்கு நாக்கு செத்துக்கிடப்பதாக
வாங்கிச் சென்ற தூண்டில் மீனின்
கண்களில் மின்னியது
மேட்டுக்கொல்லைப் பாட்டியின் காதல்!

✣

நைந்துபோன
என் பழைய சீருடையில்
சாதி யுத்தங்கள்!
பஞ்சர் கடையென
கேலி செய்தவர்களின் காதுகளில்
என் படிப்பு சப்தங்கள்..!
✸

கூடை நிறைய பூப்பறித்தாள்
அத்தனையும் சிரித்துக்கொண்டே
இருக்கிறது
செத்துவிட்ட நினைவில்லாமல்!
✸

நிலவொளியில்

நீர்ப்பாய்ச்சுகிறான் கருப்பன்

தூக்கமில்லாமல்

கலவிகொண்ட

கொக்கின் கழட்டியெறிப்பட்ட இறகை

காதுக்குள் விட்டு கூசுகிறான்

வெட்கமில்லாத தவளைகளின்

காமப் பேச்சினூடே

மார்வாடி மகனோடு ஓடிப்போன

மனைவியை கடக்க

முண்டாசை அவிழ்த்து

பொண்டாட்டியின் சேலைக்குள்

முகம் புதைத்தான்!

★

முள்ளை விழுங்காமல்

மண்புழுவை

கொத்திப்போகும்

மீனின் மூளையை

ஆட்டம் போட்டபடி

ரசிக்கின்றன

தக்கைகள்!

✸

நல்ல தூக்கத்தை

மெத்தைகளை விட

கோரைப்பாய்களே

விரிக்கின்றன

முதுகுக் கோடுகளாக!

✸

நடவு ஆட்களோடு
எனைப்பார்த்து மறையும்
கவிதாவை
நலம் விசாரிக்கவேயில்லை
அதன்பிறகு
நட்டுச்சென்ற
நாற்று முடிச்சுகளில்
தேடினேன்
பத்தாம் வகுப்பில்
அவள் வாங்கிய முதல்
மதிப்பெண்ணை..!

✸

பழைய பேப்பர் கடைகளில்
புதிய புத்தகங்கள்
அரசியல் வாதிகளின்
அன்பளிப்பாக இருக்கலாம்!
✴

மாவிலைக்கறி
மக்காச்சோளம் கடுகு
செங்காமட்டை மிளகாய்ப்பொடி
பெருமணல் அரிசி
பேச்சாயிக்கு படையலென
அசத்துகிறாள் அக்கா மகள்
கை கட்டி வாங்கி
வாயில்போட்டுக்கொள்ளாமல்
தின்பதாக நடிப்பதிலும்
இருக்கிறது
குழந்தைத்தனம்!
✴

ஆற்றின்

குறுக்குவெட்டுத்தோற்றத்தில்

மீன்முள்

நத்தைக்கூடுகள்

வெண்மட்டி

நாணற்காடுகளென

எதுவுமில்லை

லாரியின் தடம்!

✸

அழகு சாலையை பெயர்த்துப்போட்டு

அவசரமாய் தாரூற்றி

அழுத்திப்போகும்

ரோலர் வண்டிகளின்

சக்கரம் மட்டும் வந்து போனாலும்

போதும்

கிழிகிறது கால்கள்

காலம் முழுதும்!

✸

சாவு வீடுகள்
சாக்காகக்கூட இருக்கலாம்
அம்மாக்களுக்கு
சப்தமிட்டு அழுவதற்கு!
★

வெட்டுண்ட மரங்களையும்
கொலையுண்ட பறவைகளையும்
புதையுண்ட குளங்களையும்
புல்லுண்ணும் வெட்டுக்கிளிகளையும்
தேடாமல் இல்லை
ஒவ்வொரு பயணத்திலும்
நெடுஞ்சாலையின் தார்க்குழம்பில்
★

நடுரோட்டில் வெட்டலாம்
ஊர் புகுந்து கொளுத்தலாம்
தேரைக்கூட எரிக்கலாம்
சாமிக்குத்தம் ஆகாது
தேவையெல்லாம் சாதிதான்
ரயிலடி ஓரமோ
புதர்களின் பிதுக்கங்களிலோ
கொத்திக்கிடக்கும் மனிதக்கறியை
ஈக்களென மொய்க்கும்
சாதியத்தின் மீதேறி
நடுநிலை வழுவா நேரலைப்பேசி
குத்துப்பட்ட வர்க்கத்தை குடைந்து
வெட்டிய சாதியை மறைக்கும்
அறிக்கை அரசியலுக்கு
தேவைப்பட்டதெல்லாம்
காதலின் சாம்பல்தான்
இன்னும் என்னென்ன நடக்குமோ
காதலின் தயவில்!?
★

நானிங்கு நலமென கடிதமெழுதிய கந்தன்
மறக்காமல் கடிதம் போடச்சொல்லி
பின்குறிப்பு எழுதிட்ட பெரியத்தாயி
கடுதாசி கிடைச்சதும் கண்டிப்பா
பணமனுப்பச் சொல்லி
விடுதியின் கதவோரம்
காத்திருந்த பழையத்தெரு பாலு
வெடுக்குன்னு மருந்துகுடிச்சிட்டான்
சின்னப்பன் மவன்
சீக்கிரமா வந்து சேருங்கள் என்ற செல்லையா
காதலிப்பதாய் மொட்டைக்கடுதாசியிட்டு
மாட்டிக்கொண்ட சீனி
எல்லோருமே முடங்கிவிட்டக் காலத்தில்
கடிதத்திற்காக காத்திருக்கிறது
பெரியவீட்டு தூணில் மாட்டியிருக்கும்
அஞ்சல்பெட்டி!
✶

லேசான முத்தம் தான்
ஆனாலும்
அழுத்திக்கொண்டிருக்கிறது
இன்னமும்!
★

வரைந்தபோதும்
அழகாய்த் தெரியவில்லை
நிலா
வானில்லாமல்!
★

நரைமுளைத்த வயல்!
விதை தூவிய
மறுநாள்..!

✦

அழகு பூத்த பூங்காக்கள்
ரயில் நிலையங்கள்
கடற்கரை மணல்வெளி
ஆளில்லாத ரெஸ்டாரண்ட்
வெறிச்சோடின திரையரங்கு
மாமல்லபுரம் வழிச்சாலை
ஒற்றைப்படகு
குப்பைத்தொட்டிகளென
ஆங்காங்கே இருக்கின்றன
எல்லை மீறிய காதல்!

✦

திறந்தவெளியில்
தூங்கிக்கிடக்கும்
மழைநீரின் மீதேறி
புணரும் தெருவிளக்கின்
எச்சம் தொட்டு
கொழுத்த யாமத்தின்
குளிர்முடைந்து நடக்கிறேன்
ஆளில்லா வீதியில்
அழுந்த குலைத்து பேரிருளை
விழுங்கி சப்தமிடும்
நாயின் சங்கதி
பாதைகள் தோறும்
வேறென்ன வேண்டும்
துணைக்கு..!
★

பூசாத புது வீட்டில்
அக்னி வளர்த்து
அரிசிபொங்கி
கலவிகொண்டு தூங்கிவிழிக்கிறான்
சிமெண்ட் கலவைபோடும்
சின்ராசு
ஆயாசமாய் குடிபுக
அய்யரை வரச்சொல்லி
நாள் குறிக்கிறார்
முதலாளி!
★

வெளிச்சம் கட்டிய
பூக்களை
நிலவென காட்டுகிறது
குரவை மீன்
தெருவிளக்கினோரம்!
★

அரசு பேருந்துகளின்
படிகளைப் பலப்படுத்துங்கள்
என் எதிர்கால இந்தியாவே
அங்குதான் தொங்குகிறது!

✸

சேதியனுப்பாத
தெருமுனை வீட்டு சாவுக்கும்
கிளம்பிவிடுகிறது
ஊர்மனசு ஆயினும்
கொட்ட முடியாத கறிக்குழம்பை
என் சோற்றில் திணிக்கிறது
நகர வாழ்க்கை!

✸

கொத்திக் கரையேறும்
விரால்மீனின்
வாலில் ஒட்டியிருக்கிறது
குளத்தின் ஆழம்!
தூண்டில் நரம்புகளில்
குளத்தின் தூரிகை!
★

அந்திகள் பூப்படையுமென்றே
காத்திருக்கிறது
நாள் முழுக்க வானம்!
★

அப்பாவின் கைரேடியோ
வட்டிக்கடையில்
அதன் பிறகு கேட்காதீர்கள்
மீதிக் கதையை!

★

வரைந்த ஆடுகளுக்கு
வண்ணமடித்துவிட்டு
புல்லறுத்துப்போடும்
தாத்தாவையும் வீட்டுக்குள்
சேர்த்துக்கொள்ளலாமென
சொல்கிறாள்
அம்முக்குட்டி !

★

மழையின் வாலை
ஒட்ட நறுக்கிவிட்டிருக்கிறது
விடியற்காலை
பள்ளிக்கூடம் போகாமலிருக்க
போடும் முடிவுகளில்
தவறி விழுவதென்னவோ
காய்ச்சல்!

✦

என்னைவிட்டு மரங்கள்
ஓடினாலென்ன
நிலா வருகிறது
ஜன்னல் வழிப் பயணங்களில்!

✦

பனிக்காலம் முழுக்க
புகை பிடிக்கிறது களத்துமேட்டு
வைக்கோல் போர்!
மாசி மகத்து முளைப்பாரியாய்
கருக்காயோரம் சிரிக்கிறது
வேர்பிடித்த நெல்!
✹

அடே!
நதி தொட்ட காற்று
குளிக்காமலேயே
போகிறது!
✹

தடதடக்கிற ரயில் பெட்டிகளின்
அதிர்வலைகளை தாங்கியபடி
பறக்கும் ரயில் வழிப்பாதை
மின்கம்பங்களில்
நவீனமாய் கூடுகட்டி
காத்திருக்கின்றன பறவைகள்
ஒவ்வொரு கடைசி ரயிலுக்காகவும்
தூக்கம் தொலைத்து!
★

மீன்கொத்தி
தவளைகள்
அல்லிப்பூ
நத்தைக்குடும்பம்
தாவரமென செய்து மகிழ்ந்தோம்
குளத்துக் களிமண்ணில்
குளத்தை
என்ன செய்தார்களோ!
★

அவங்க வீட்டு ஆளுங்களுக்கு மட்டும்
தேநீர் கொடுத்துவிட்டு
கண்டுகொள்ளாமல் போன பெரியம்மாவிடம்
சண்டையிட்டுப் போன அத்தை
திரும்பவேயில்லை தாய்வீட்டுக்கு
கூப்பிடும் தூரம் தானெனினும்
பொம்பள சண்டையில் போகாமலேயே
இருந்துவிட்டார் பெரியப்பா...
தாய் மாமனை விட்டுவிட்டு
நடக்கும் திருமணவீட்டு
ஒலிப்பெருக்கியின் அலறலூடே
உயிரறுந்துபோன பெரியப்பாவின்
சவத்தோடு சேர்த்தே
கழுவினார்கள்
ஒன்றுமில்லாதப் பகையை!

✡

பேத்தியின் முன்பாக
ஐந்தாம் கல்லை தூக்கிப்போட்டு
லாகவமாய் அள்ளிய
அம்மாவின் கைகளுக்குள்
கூழாங்கல்லின்
குளிர்ச்சியைப் போலவே இருக்கிறது
இளம் வயது!

★

காயத்திரியும் சீனுவும்
பிணமாகக் கிடந்த
அன்றிலிருந்தே
கசப்பாகக் காய்த்தது
சீனிக்காய்
குட்டையில்!

★

கைக்குழந்தையின்
கைகளுக்கு முத்தமிட்டு
நகரும் நொடியில்
அவன் சொல்லிய ரகசியம்
வந்தால் வீட்டுக்கு...
வரவில்லையெனில்
நாட்டுக்கு...
உச்சி முகர்ந்து அவள்
நெற்றிக்குச் சொன்ன ரகசியம்
வருவேன்
உயிரற்றா தெரியவில்லை...
விடைபெற்ற நிமிடங்களில்
அவன் வீரனாய் இல்லை
கொட்டுமழைக் கண்ணீரை
குவித்துக்கொண்டே நடக்கிறான்
நகரவேயில்லை
கால்கள்!

★

நதி நிலவரம் கேட்டு
போகலாமா
வேண்டாமா என
முடிவெடுப்போம்
பள்ளிக்கூடத்திற்கு!
★

ச்சீ காமன் மானங்கெட்டவன்தான்
அக்கா வயதுடையவள் மீதும்
ஆசையைத் திணிக்கிறான்!
★

அவள் முந்தானை
இனிக்குமென
தெரியுமெனினும்
அவள் முடிச்சிலிருந்தே
உருவிப்போகும் காசை
களத்துமேட்டுக் காரியிடம்
கைநாட்டு வைப்பதற்கே
பிரியப்படும் ஆண் திமிரை
அறுத்துப்போடத்தான் ஆளில்லே
அன்றிலிருந்து இன்றுவரை!

★

சிதறியோடிய
நாணயத்தை யெடுக்கவே
தடுக்கிறது ஏதோவொன்று
இப்போதெல்லாம்
தவறவிட்ட நாணயத்தை
திருப்பியெடுக்கவே
முடிவதில்லை பலர்!

★

சத்துணவு டீச்சர் வீட்டில்
முட்டை கம்பெனி!

ரேஷன் கடையில் அரிசி போடும்
ராசய்யாவுக்கு
சொந்தமாய் ஓர் அரிசிக்கடை!

பட்டுச்சட்டையில் போன
எனக்கு மட்டும்
சாமியின் கழுத்து மாலை!

இலவச சத்துமாவுக்கு
காசுகேட்கும்
ரமா அக்காவுக்கு
கவர்மெண்டு சம்பளம்!

பர்சு நிரம்பிய பிறகு
வாகன ஓட்டிகளைக்
கண்டுகொள்வதில்லை
செந்திலின் அப்பா!

இறால் கம்பெனிக்கு
நைட் டூட்டிக்குப் போன
மாமனுக்கு சின்னதாய்
ஒரு இறால் பண்ணை!

கொ.அன்புகுமார்

சாராயம் ஊற்றி வைத்து
நீர்மாற்றிய கையோடு
முனிசாமியைக் கண்டுகொள்ளாமல்
கருவைக்காடு பக்கம் ஒதுங்கிப்போகிறார்
சேவல் திருடும் சின்னசாமி!

கையூட்டு கொடுத்த பிறகே
கடைக்குப்போகச் சம்மதிக்கிறான்
மாயாண்டி மகன்!

இன்னும் இருக்கிறது கலிகாலம்!
★

கண்ணி வைத்துக் காத்திருந்த
மழைவரப்பில்
துள்ளும் கெண்டையின்
செதிலுரித்து
தின்னும் கொக்கின்
றெக்கை நிழலில்
சடசடக்கும் பெருமழையை
நீருக்குள்ளிருந்தபடி
நோட்டமிடுகிறது
நத்தையொன்று!
★

மோதல் இல்லாத
ஊர்த்திருவிழாக்கள்
இருந்தால் சொல்லுங்களேன்
நம்புகிறேன்
சாமி வந்ததென!

★

ஒவ்வொரு மாடாய் செத்துப்போன
வலியுடனே கடைசிக்கன்றை
ஓட்டிப்போகச்சொன்ன அப்பா
கடைசிவரை வாங்கவேயில்லை பணம்
கண்ணீர் வழிய விடைபெற்ற
கன்றுக்குட்டிக்கு
நாங்களிட்டிருந்த பெயர்
மகாலட்சுமி!

★

தாய் விட்டுச் சென்ற

ஒதியங்கிளை வீடும்

நாள் முழுக்க தின்னப்போகும்

நதிக்கரை மீனும் கனவில் மிதக்க

முதல் வெளிச்சத்துண்டை

கவ்விக்கொண்டு பறக்கிறது காகம்

அதன் அலகில் கொத்திப்போவது

செவ்விளம் வானம்

காய்ந்து போன குட்டையில்

கருவாட்டு ருசி

கணக்கில் அடங்காத பசி

சட்டென விழிக்கிறது காகம்

தூறல் மேகங்களோடு!

✶

கானாங்கோழி பிடிக்கச் சென்ற

பால்யத்தின் கால்சட்டையில்

நனைந்த புளியம்பிஞ்சுகள்!

மாதவியின் வெதுவெதுப்பில்
மயங்கிய இருள் வனப்பில்
சுள்ளென்று சுட்டது
சோற்றில் தண்ணீர் ஊற்றாமல்
காத்துக்கிடக்கும்
மனைவியின் நெனைப்பு!
★

அத்துமீறலை
தட்டிக்கேட்கவில்லை
அடங்கும் மழைத்துளியிடமே
கேட்டேன்
காட்டை
என்ன செய்தாயென்று!
★

நிலவுக்கும் ஜன்னலுக்குமான
தொடர்பை அறுத்தெறிய முடிவதில்லை
அமாவாசையைத் தவிர!

★

ஒற்றை பழத்தில்
இல்லை பசி
ஓசோன் அடுக்கில்
தொங்கிக்கொண்டிருக்கிறது
பறவையின் ருசி!

★

தொடுதல் குறித்து வகுப்பெடுத்து
ஓய்ந்த பொழுதில்
ஐந்து வயது அக்காள் மகளை
தொட்டுத் தூக்கி முத்தமிட
பயம்கொள்கிறது பாசம்
பார்ப்பவர் தவறாய் நினைக்கக் கூடுமோ
இல்லை அவளே சொல்வாளோ
மாமா(ன்) தவறென்று!

✯

மாற்றி மாற்றி வைத்த
மந்திரக்கதைகளில்
மச்சான் குடும்பங்கள்!
வயலில் இறங்கிய
ஆட்டுச்சண்டைக்காக
கடைசிவரை முகத்தில்
விழிக்காமலேயே
காடுபோய் சேருகின்றன
உறவுகள்!

✯

கொ.அன்புகுமார்

மொட்டை வெயிலில்
கூரையின்றி நிற்கிறார்
அய்யனார் சாமி
குளிர்சாதன வசதிகளோடு
கோவில்கள்
ஊர்முழுக்க..!
★

கடைசி வரை
பேசிக்கொள்ளவேயில்லை
நடுவீட்டில் கோடுகிழித்து
பிரித்துக்கொண்டபோதே
அறுந்துபோன
தொப்புள்கொடியுறவுகள்
பெரியப்பா காடுபோன பிறகே
கால்பிடித்து அழுதார் அப்பா!
★

காற்றுக்கு தலையாட்டுவதே
வேலையாக வைத்திருக்கின்றன
மரங்கள்!
மகன்களுக்குப் பின்பாட்டு பாடும்
அம்மாக்களைப் போலவே..!

★

பெரியப்பா
பார்த்ததாக சொன்ன
களத்துமேட்டுப் பேய்க்கு
கால்கள் இருந்ததா
கேட்கவில்லை
நல்ல கதையிருந்தது!

★

கைவளையல் காது கம்மலை
கழட்டி வைத்து
ஃபோன் அணைத்து,
சொம்புப் பாலில் உயிர்குடித்து
கை நிறைய முந்திரியில்
முகம் புதைக்கும் ராத்திரியில்
கட்டில் சப்தம் கேட்காமல்
தொட்டில் வேண்டுமென
விழித்திருக்கும் காதுகளுக்காக
கொலுசு முத்தின்
முகவரியைக்கூட அனுப்பாமல்
அவள் பிஞ்சு விரல்களைப்
பின்னி முடிக்கையில் பாதியிரவு
ஏங்கிக்கிடக்கும் தூக்கத்தை
தழுவிக்கொண்டு மீந்த முத்தத்தை
பருகாமலேயே
தூங்கிப்போனோம் முதலிரவில்!
✦

மாம்பிஞ்சுகளை அறுப்பதும்
எலுமிச்சை மரத்தை
உலுக்கியெடுப்பதும்
மூன்று நாளுக்கு முன்பே
முறுக்குப் பிழிவதும்
பல்லாங்குழி கட்டையைப்
பாதுகாப்பாய் வைப்பதும்
அரிசிப் பைகளை இறுக்கிக் கட்டுவதும்
தொடர்ந்தால்
மகள்கள் ஊருக்குப் போவதாக அர்த்தம்!

✡

நிரம்பியோடும் ராத்திரியின் நீளத்தை
அளந்தபடியிருக்கிறேன்
கயிற்றுக்கட்டிலில் நிலவைச்சுற்றி
காணாமல்போன ஆட்டைத்தேடி
விளக்கு கொளுத்தி அலைகிறாள்
அஞ்சம்மா பாட்டி
கன்றுக்குட்டியின் தாடையை

தடவிக்கொண்டிருக்கிறது பசு
மாம்பிஞ்சுகள் காற்றிலாடி விழுகின்றன..
கூட்டை மறந்த தட்டானொன்று
விளக்கிடம் மல்லுக்கட்டுகிறது
நரிகள் ஊளையிடும் சப்தத்தினூடே
ஆறு மரக்கால் நெல்லை
கூலியாக வாங்கிக்கொண்டு
வருகிறார் அப்பா!
★

பூக்களைக் கிள்ளிப்போடும்
கிளிகளுக்கு
தேனுறியத் தெரியவில்லை
காம்பு சுவைக்கப்
பழகவில்லையெனினும்
நகம் கீறிய தடயங்களை
விட்டுச்செல்கின்றன
உடல்முழுக்க!
★

தூண்டிலிட்டுக் கரையேற்றிய
குரவை மீனின் நடுக்கண்டத்தை
உச்சிக்கிளையிலிருந்து
ருசிக்கிறது பருந்தொன்று
முள்விழுங்கி நரம்பறுத்துப்போன
பெருமீனின் நினைவோடு
வெறுங்கையோடு சென்ற மாமனுக்கு
பிடிக்குமென டவுனில் வாங்கிவந்த
தூண்டில் முள்ளை ரகசியமாய்
அவிழ்த்துக்காட்டுகிறாள்
மாட்டிக்கொண்டது என்னவோ
அவன்தான்!
✸

ஆற்றைக்கடந்து
ஒத்தையடிப் பாதையினூடே
பல மயானங்களைத்
தாண்டியே செல்கிறது
மாயாண்டி சவம்
நகரம் பரவாயில்லை!
✸

மாமாவுக்கும் கண்மணிக்கும் வலதுபுறம்
போனவாரம் செத்துப்போன
கண்ணனுக்கு ஆற்றுத்தலமாடு
ஞானசேகரன் மாமாவின் உடலை
இடது புறம் கிடத்திவிட்டு
மூன்று துண்டாய் பாடையைவெட்டி வீசினார்கள்
முகம் பார்த்துக்கோங்க என்ற குரலுக்காக
சில்லறைகளையும் ஒருபிடி மண்ணும்
கையிலெடுத்து வீசினோம்
காரிருள் கனக்கத் தொடங்கி
நாரைகள் வீடு திரும்பிக்கொண்டிருந்தன
சனி பிணமாம் கொண்டுவந்த
கோழிக்குஞ்சின் காலறுத்து ரத்தம் தெளித்தார்கள்
உடன்பால்தெளி மயானப் படையலை
அள்ளிக்கொண்டன கைகள்
பாடை கட்டி குழிவெட்டிய
பாக்கியெல்லாம் முடித்துவிட்டு
பதினாறாம் நாள் கறிவிருந்து
அறிவித்துவிட்டு வீடு திரும்பியும்
குழிக்குள் கிடக்கும் மாமாவின் நினைவு
சிறிதுகாலம் அவரிடம் பேசாமல்
போன வலி உயிரெல்லாம் நீவுகிறது!

★

டிசம்பர் பூக்களைவிட
அழகானவை அந்தச் சிரிப்பு
என்ன செய்கிறாயென
என் அருகில் வரும்போதெல்லாம்
உயிரதிரும்...
எல்லோரையும் அடிக்கும் கைகள்
என்னைத் தொடும்போது மட்டும்
கன்னம் கிள்ளும்...
அப்படிச் செய்யமாட்டாயேயென
கொஞ்சிக்கொஞ்சி விழும்
அடிகளுக்காகவே எழுதாமல் போவேன்
வீட்டுப்பாடம்...
பாட்டி செத்துப்போனதாய்
சொல்லும் பொய்களில்
உச்சுக்கொட்டி ஆற்றுப்படுத்தும்
அந்தக் கண்களுக்காகவே
பலமுறை பொய் பிறக்கும்...
தப்பித்தவறி தேர்வறைக்கு வந்துவிட்டால்
படித்ததெல்லாம் மறந்துபோகும்
பார்வை நெருங்க படபடக்கும்
அதிக பேப்பர் வாங்க மனம் அலையடிக்கும்

அடுத்த பக்கம்கூட முடிந்திருக்காது
முகட்டுவலையைப் பார்த்தபடியிருக்கும்
என் தெரியாத கேள்விகளுக்கு
கைவளையல் குலுங்காமல்
வெள்ளைத்தாளில் விரல்களால் கோலமிட்டு
பதிலெழுதுவார்
குமுதினி டீச்சர்
நம்பர் இருந்தால் கொடுங்களேன்..!
✴

நாட்டு நண்டின் கால்கடித்து தரும்
பெரியப்பாவும்
கறந்த பாலைக் குடிக்கச் சொல்லி
கெஞ்சும் பெரியம்மாவும்
காற்றோடுக் கலந்தபின்னர்
மெயின்ரோடு பக்கம் வீடுகட்டி
குடியேறிய அண்ணனுக்கும்
தெரியாமல்போன ஒன்றை
பத்திரமாக வைத்திருக்கிறேன்
இப்போதும்
இறந்த கால வாழ்வியலை!
✴

ஸ்டியரிங்கை முடுக்கிவிட்டு
காதலைக் கிளுக்கும்
மினிபஸ் ஓட்டுனர்களுக்காகவே
மெட்டுக்கட்டுகிறார்
இசைஞானி...
பின்னொரு காலம்
மெக்கானிக்குகளையே
தேடித் தேடியலைந்தது
காதல்!
★

                                                                                             புதர்களில்
                                          அவிழ்த்த
                                      சட்டையில்
                             பாம்பின் சாயல்..!
                           புது வலையறுத்த
                                எலிக்கூட்டில்
                              போன வருடத்து
                                            நெல்!
                                                ★

ஆசையா தூக்கிப் போனேன்
என் வூட்டு வயலுக்கு நாத்துக்கட்டு
ஓடிவந்த அண்ணிங்க
என்னச் சுத்தி நடவு நட்டு நின்னுகிட்டு
காசு கேட்டு நச்சரிக்க
காசில்லாம தடுமாறிய என்கிட்ட
டவுசரு கேட்டு
பஞ்சாயத்து நடந்தது
வயல்வெளியில்..!
✡

இரண்டடுக்கு வீடு
இருபது கூடு
சென்னை அப்பார்ட்மெண்ட்ஸ்..!
✡

ஆத்தோரம் ஆடுமேய்க்கும்
அம்சவேணிக்கு
அடிவயிற்றில் வலி
ஆடுகள் ஏறிட்டுப் பார்க்குது
அழுகிற அம்மணியை நோக்குது
ஆளுக கண்ணில் படாமலே
அடியொற்றிப் போகிறாள்
சின்னப் பொண்ணு
பாவி மவ உனக்கென்ன அவசரமென
கமுக்கமாய் அழுகிறாள் தாய்
ஆளில்லாமல் விட்ட ஆடு
அடுத்த வீட்டு வயல் இறங்க
யார் இனி விரட்டுவது
பயம் வந்துபோகாமல்
இருக்குமா தாயிக்கு
எப்படி விடுவாள் தனியாக!
✶

அறுவடை முடிந்த
வயல்வெளியில்
ஊர்க் குருவிகள்
பொதுக்கூட்டம்
கதிர் திருடுவதாய்
ஒப்பந்தம்!

★

தஞ்சாவூரு உருமி வச்சு
குறவன் குறத்தி ஆட்டம் போட்டு
வானவேடிக்கையெல்லாம் விட்டு
சந்தோஷமா தூக்கிப் போகணும்
என்பதே பாட்டியின்
கடைசி ஆசை..!

★

மழை "கொட்டுகிறது"
"மொட்டை" மாடி கத்துகிறது...
வலிக்கிறதாம்...!

✸

சுடச்சுட தேநீர் பருகும்போதெல்லாம்
ஆறிப்போன விஷயங்களையே
அதிகம் விழுங்குகிறேன்...

✸

ஒன்றையொன்றை புணரும்
அலைகள்
வெட்கப்படுவதில்லை...
நுரையுடுத்தி கரைமுட்டி
திரும்பிடும்
அலைகளின் நிர்வாணத்தை
வெகு நேரமாய் ரசிக்கிறேன்...
சிணுங்கும் அலைகளின்
மீதான மோகம்
கால் நனைக்கும் யாவருக்கும்
உண்டெனில்
அலையே எனக்கு மட்டும்
உன்னிதழ்கொடு!

★

                         ஊரெல்லாம் தார்வாசம்
                   கண்கள் முழுக்க பழைய புழுதி...
                                தேர்தல் காலம்!
                                         ★

கானகத்தில் கடைசிக் குருவி
கத்தும் சப்தம் கேட்கிறது.
கண்ணுக்குத் தெரியா
பூச்சிகளின் சலசலப்பு பூக்கிறது...
புல் மடியில் படுத்திருக்கும்
பனித்துளியை
புணர்ந்துவிட்ட போதையில்
வெட்கை கண்டு
வெளிரும் ஆதவன்
வீதிகள் தோறும் புரளுகிறான்...
கண்ணயரா தேனெடுக்கும்
பட்டாம்பூச்சிகளின்
ஊர்வலத்தில்
ஒரு துளி தேன் உதட்டோரம்
உஷ்ணத்தோடு!
★

மழை சொடுக்கலில் மாட்டிக்கொண்ட
மனதை தடவியபடி இருக்கிறேன்
முழுமதியிரவை ஆற்றுப்பாலமருகில்
கூர்ந்து கவனித்துக்கொண்டிருக்கிறது
தண்ணீர்ப்பாம்பு
சப்தமிடாமல்
கிழக்கு நோக்கி நகர்கிறது மழைநீர்
வெளிச்சம் திருடிக்கொண்டே சிலுக்கின்றன
கரையோர செடிகள்
நரிகள் ஊளையிடும்
கருப்பங்காட்டின் பயங்கரத்தை
கடப்பது சிரமம்தானெனினும் கடந்தேன்
மூடிக்கிடந்த மலரின் மடல்பிரிக்க
காற்று புடைக்கிறது
மூலிகை வாசமப்பிய காற்றின் ஈரத்தை
நாசிக்கதுப்புகள் இறுமாப்புக்கொண்டே
இழுக்கின்றன
எக்காளமிடும் தவளைகளின் ஏக்கத்தை
கேட்டபடி நழுவுகிறது நடுநிசி...
கடுங்குளிரின் கூச்சத்தை
இரஞ்சுகிறது தேகம்

எல்லாவற்றையும் ரசித்தபடி இருக்க
வண்டி நிறைய சாராய கேன்களோடு
போகிறார் மேலத்தெரு கருப்பையா
இவன் குடி வாழ
எவன் குடி அழிக்க..!

★

முறத்தின் வாலில்
நொய்யின் மடியில்
கல்லைத் தேடும்
தாயின் பரிவில்
பசியைத் தின்றேன்
வயிறுமுட்ட
பொங்கும் வரை
கொதிக்கும் மனதில்
வெந்ததென்னவோ
அம்மா!

எங்கள் ஊர் மின் கம்பியில்
ரீசார்ஜ் செய்துகொண்டு
ஊர் முழுக்கப் பறக்கிறது
சிட்டுக்குருவி...
மின் திருட்டு!
★

நனைந்த
சட்டையின்
நிறம்
உடுத்திக்கொண்டது
எனை...!
★

கிளைகள் மொழியைச்
சிந்திப்போகும்
பறவைத் தூக்கம்
என்னவாகும்..!

★

நுரைகள் எழுதும்
கவிதை நூல்
கடல்..!

★

எல்லா கரைகளிலும்
யாசகம் கேட்கின்றன
கிளிஞ்சல்கள்!

✸

மண்ணின்
இதழ்வருடிக்கிடக்கிறது
மழை...
புதுப்புனல் மூடிய
ஆற்றின் இடை போல
வளைந்து நெளிகிறது...
மறுவீட்டுக்கு வந்த மாப்பிள்ளைப் போல்
வெட்கிக் குழைகிறது...
காலம் காலமாக
மண்ணிடம் பேச ஏதோவொன்றை
மிச்சம் வைத்திருக்கிறது
மழை!

✸

சேறண்டி இறுகிப்போன
நாற்றங்கால் இறங்கி
ஒருகால் ஊன்றி
சம்மனமிட்டு
பயிருக்கு வலிக்காமல்
பறித்துத் தட்டி
வேரறுக்காமல் முடிஞ்சிட்ட
நாத்துக்கட்டுக்குள்
எங்கள் உசுரும் சேர்ந்தே
முடியப்பட்டிருந்தது!
✦

இயல்பு நிலை
திரும்புகிறது
என்றார்கள்
இழவு வீடுகளைச்
சேர்க்காமல்!
✦

கொ.அன்புகுமார் | 69

கவன ஈர்ப்புத் தீர்மானமாய்
வருவதே இல்லை
கந்துவட்டி கொடுமைகள்
தீக்குளித்தும் கிணற்றில் குதித்தும்
குடும்பத்தோடு துறக்கிற
உயிர்களென்னவோ
அவமானத்திற்கு அஞ்சியே
போய்விடுகின்றன
வரிச்செய்திகளாக!

✺

அப்பாக்களின்
காலி மதுபாட்டில்கள்
பயன்பட்டது
வெங்காயம் வாங்க
அம்மாக்களுக்கு!

✺

காலஞ்சென்ற ஆட்டுக்குட்டியின்
மணியோசையே
கனமாய் ஒலிக்கிறது
இடையனுக்கு..!

✯

ஒண்ணாம் வகுப்பு
மேசைக்குக் கீழே
ராமுவுக்கும் சித்ராவுக்கும்
கல்யாணம்
தாலியெடுத்துக் கொடுத்த
பண்ணையார் மகனை
விட்டுவிட்டு
கருப்பையாவின் பேரனை
வெளுத்தெடுக்கிறார்
மேலத்தெரு வாத்தியார்!

✯

ஊர் மத்தியில் இருக்கும்
காளியம்மன் கோவிலில்
சாமிவந்து ஆடி
ஆற்றுப்படுகைக்கு ஓடும்
சாமியாடியைப் பிடிக்க
ஓட்டமெடுக்கும் நண்பர்கள்
எங்கு சென்றார்கள் தெரியவில்லை.
பூங்கரகமெடுத்து
வீடுவீடாக வரும்போது,
வீதிகள் தோறும் கோலமிட்டு
சாமிவரும்போது மட்டும்
எட்டிப்பார்க்கும்
கிராமத்துத் தேவதைகளுக்கெல்லாம்
திருமணம் முடிந்துவிட்டது
மன்மதன் கோவிலில்
விடிய விடிய நடக்கும்
குறவன் குறத்தி ஆட்டங்களில்
இரவுத் தூக்கத்தைத்
தொலைக்கமுடியவில்லை
பாய்வீட்டு கரும்புத் தோட்டத்தில்

திருட்டுத்தனமாக கரும்பு ஒடித்து
தின்ற நண்பர்களும் காணவில்லை.
வேப்பங்கொட்டை
பொறுக்கி விற்று
ஐஸ் வாங்கி தின்ற நினைவுகள்
இருந்தும் இல்லாமலேயே
இருக்கின்றது
மனக்கிடங்கில்!
★

அந்திமக் கிழவனாய்
உனைச் சந்திக்க நேருமோ...
இல்லை சந்திக்காமலேயே
போய்ச்சேர்வேனோ...
காடு எழுதியவன்
கால்பிடித்தாவது
கொஞ்சநேரம்
காத்திருப்பேன்
வா!

கொ.அன்புகுமார்

காடு அப்பிய கரை அது
மரமடர்ந்த நிழல்
இருள் சமைக்கிறது...
கோரை கொழுத்த ஆற்று மதுகின் ஓரம்
தவிட்டுக்குருவிகள் சப்தமிட்டு
பேசிக்கொள்கின்றன...
கீச்சல் மொழிகளை
அவிழ்த்துவிட்டபடி
கொஞ்சிக்குலாவிய
குருவிகளின் ஊடலை
கண்டும் காணாதபடி
தனக்கான புதுவளையை
அறுத்தபடி இருக்கிறது
வயல் எலி...
சேர் ஒட்டிக்கொண்ட
கால்களோடு புல்வெளியின்
மீதேறிய ஓணானொன்று
வெட்டுக்கிளியொன்றை
சுட்டுச் சுவைக்கிறது

மீனினங்கள்
தொலைந்துபோயிருந்த
அந்தக் காட்டாறு காய்ந்து
ஒருவாரம் ஆகியிருக்கும்.
வெகுநேரம் பறந்து வெறுமையில்
நொந்து உட்கார்ந்திருக்கிறது
மீன்கொத்திக்குருவி
எல்லாவற்றையும்
கடந்தபடியிருக்கிறேன்
கோடை வெளியில்!

✶

கிளையேறிய பழம்...
பழமேறிய சுவை...
சுவையேறிய நாக்கு...
சாவின் முத்தம் வாங்கி
செரிக்கிறது
மண்ணில்..!

✶

குளிர் நழுவிக்கொண்டிருக்கும் வீதிகள்
வெக்கையைத் தெளிக்கின்றன...
தளிரடர்ந்த மரங்கள்
நிர்வாணமாய்க்
குளிக்கின்றன
கிடை கட்டிய செம்மறி ஆடுகளோடு
வரப்பின் மீது நிம்மதியாய்
தூங்கிக்கொண்டிருக்கிறான்
இடையன் ஒருவன்
நரிகள் ஊளையிடும் சப்தம்
ஊரையடைக்க கடக்கிறது கோடையிரவு!

★

ராத்திரியின் மோனத்தை
கிள்ளியெறியுது வெளிச்சம்...
ரவிக்கையில்லாமல்
படுத்துக்கிடக்கிறது
மழை!

★

மௌனமாய் வெடிக்கும்
பாறையென கிடக்கிறேன்
என்னில் இளைப்பாறிவிட்டு
போகிற பறவைகளுக்கு
சூரியனை விழுங்கி
நிழல் செரித்திருக்கிறேன்...
எந்த பறவையும் கைமாறு செய்யுமென
நினைத்ததே இல்லை.
கைமாறு
அதன் கீச்சல்கள் தான்...
அதன் மொழி பிடிக்கும்...
பறவையின் அலகு
சிராய்க்கும் போதும்
அதைப்பற்றி கவலைகொண்டதில்லை.
அதன் பாதங்களில் மிதிபடுவதை
ஆசுவாசமாய் ரசித்திருக்கிறேன்.
எனக்கு தெரிந்தவரை
பாறைகள் மாறியது இல்லை.
பறவைகள் தான் எண்ணிலடங்கா
வந்துபோகும்...

★

பெரும் நெருப்புகள்
தீ குச்சிகளிடமே
இருக்கின்றன...
பெருங்காடுகள்
தீப்பெட்டிகளாகக்
கிடக்கின்றன!
★

கேபிள் கம்பிகளில்
மழையின் கால்தடம்
யாருமற்ற வீதியில்
கழைக்கூத்தாடியாய்
இரவுநேர மழை!
★

அந்திக்குறுக்களில்
ஆட்டுக்கிடா வெட்டி
முறுக்கு முள்மீன் வைத்து
சுருட்டு கொண்டக்கடலை
பரிமாறி படையலிட
இருட்டுச்சொரியும்
பனங்காட்டு வீதியை
சுள்ளி கொளுத்தி
ஜொலிக்கச் செய்து
அய்யனார் கோவிலை
அழகுற ஆராதிக்கும் அன்றுமட்டும்
அவல் பொட்டுக்கடலை
தின்னும் ஆசையில்
அப்பாக்களினூடே
தைரியமாய் நிற்கிறது
பயங்கொண்ட பால்யம் !

✦

நாற்றங்கால் பிரசவித்த
பிஞ்சுக்காற்று
ஓடியாடுகிறது
நீரின் விளிம்பில்...
நத்தை தின்னும்
அசைவக்கொக்குகள்
காத்திருக்கின்றன
மீனுக்காக...
நிழலை ஊற்றிக்கவிழ்த்து
புங்கை மரமொன்று
பூத்துப் பூப்படைந்திருக்கிறது...
கொப்பளிக்கும்
இரும்புக்குழாயில்
சிற்றாறு...
பனைமரத்தோப்பு
பருத்திக்காடு,
கிடையாடுகள்
கிழிசல் நிலங்கள்,
நாரைத்திட்டு என
விரிகிறது
ஜன்னல் வழிப்பயணங்களில்..!
★

தின்று விழுங்கிய பழத்தின்
விதையை எச்சத்தோடு பூமிக்கு அனுப்பி,
தான் உட்கார
இன்னொரு சிம்மாசனத்தை
உருவாக்கிக்கொள்கின்றன
பறவைகள்..!
✦

இறுகக் கட்டிக்கொண்டு புரளுகிறாய்
துரத்தியடிக்கவும் முடியவில்லை
கட்டிக்கொள்ளவும் மனமில்லை
மெதுவாகவே மோது குளிரே..!
✦

வெளிச்சம் தொட்டு

பூப்படைகின்றன

அலைகள்...

இடைவளைத்து

நுரை முளைத்து

தன் மெல்லிய இதழ்களைக்

கரைகளுக்குக்

கொடுத்துவிட்டு ஆர்பரிக்கிறது

முந்திவிரிக்கும்

கடல்!

✸

பழைய

கிணற்றில்

புதிய சப்தம்..!

✸

நாத்துக்கட்டு விசிறியெறிந்த
வயலிலெல்லாம்
செங்கல் தூக்கிப்போட்டு
வீடுகட்ட
தின்பதற்கு ஏதுமின்றி
நிற்கும்போது
அதுகூட சோறாகலாம்
வருங்காலத்தில்..!

★

                    இரவெல்லாம்
                    கத்தியடங்கி
                    ஆங்காங்கே
                    நீட்டி மடக்கி
                    படுத்துக்கிடக்கிறது
                    மழை!

                    ★

சாளரங்களினூடே
கசிந்துகொண்டிருக்கிறது
மழைச் சந்தம்...
அடர்ந்து குழையும்
பெருமழையை
ஜன்னலோரமாய் நின்றபடி
யாசிக்கிறேன்...
துளியின் சப்தம்
இன்னிசைப் படிக்கிறது...
மேகங்கள் கவிழ்ந்து
கரைகின்றன...
ஏற்றியதை எல்லாம்
இறக்கிக்கொண்டிருக்கிறது
வானம்
என்னையும் சேர்த்துத்தான்..!

★

கொலையுண்டுக் கிடக்கிறது
கருங்குயில்
இசையைப் பிடுங்கிக்கொண்டது
யாரதுவோ!
குருதி கொதிப்படங்கும் முன்
கோதிக்குடிக்கின்றன
எறும்புக்கூட்டம்!
அலகைக் கொத்திப்பார்க்கின்றன
பூச்சிகள்!
சிறகு சிதறிக்கிடக்கிறது
உடற்கூட்டை
அப்படியே கொய்யப்பார்க்கிறது
பருந்தொன்று...
உயிரற்றப் பிண்டமாய்க் கிடந்த
பறவையின் இயக்கத்தை
சுட்டு வீழ்த்திய வேட்டுவன்
எங்கேனும் இருந்தால்
சொல்லுங்கள்
பார்த்ததையும் பதறியதையும்!
★

பூக்களிடம்தான் ரகசியம்
பேசுகின்றன
வண்ணத்துப்பூச்சிகள்!

★

வழி தவறி வந்தது
மணிப்புறா
பிடித்து வைக்க ஆசை...
காத்திருக்குமே
கோவில் மாடம்..!

★

தூக்கிட்டு இறந்துபோனதாகச்
சொல்லியழும்
பல மரணங்களில்
கௌரவமாக
சாகடிக்கப்பட்டிருக்கின்றன
பல காதல்கள்..!

★

நீ வாழவேண்டிய உலகம்
இன்னும் கூட இருக்கு...
வாழாத வாழ்க்கைக்கும்
அது கொடுக்கும் கணக்கு...!

★

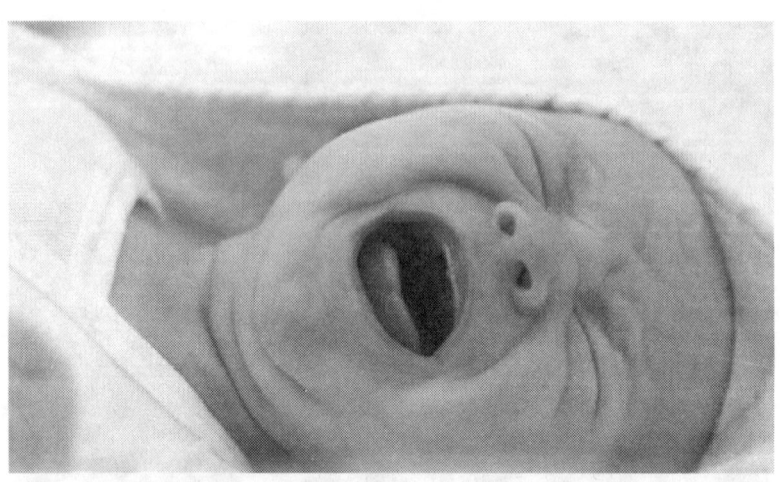

அலறியெழும் தூக்கம்
உண்மைக் கனவை
சொல்லுமா குழந்தை!

✹

பூவுக்குப் பாஷைகள்
புரிவதில்லை...
புரிந்திருந்தால்
அது கவிஞனை அல்லவா
முதலில் காதலிக்கும்!

✹

பூச்சிகளின் புலம்பலை
கேட்டுக்கொண்டிருக்கிறது
தெருவிளக்கு!

★

சிலைகளைத் தொட்டுப் பேச
தடையில்லை
வர்ணாசிரம விதிகளுமில்லை
பூக்களால் அர்ச்சனை செய்யலாம்
மாமிசத்தைத் தின்ற பிறகும்
விரும்பிய இடத்தில் குடியிருக்கலாம்
குஞ்சுகளைப் பாதுகாப்பாய்
வைத்துவிட்டுப்போக
அம்மன் சிலைகளின் பின்புறம்
கோவில் மாடங்களில்
இருக்கிறது
குருவிகள் படித்த பெரியாரிசம்!

★

உன் கைப் பட்டு
முழம் நீளம்
சிரிக்கிறது
பூக்கள்!

★

பூவாய் நீ பாய் விரிக்கிறாய்
தேன் துளியாய்
வாய் இனிக்கிறாய்!

★

என் கல்நெஞ்சம்

உடைத்த கைதி

நீ!

★

வீதியில்லாத விதியோடு
நடந்து பழகிய கால்கள்
வெந்நீரை ஊற்றிக்கொண்டது
போலவே உதறுகின்றன
வந்திறங்கிய கையோடு
ஊருக்குப் போகணுமாம்
சென்னையில் அப்பா!

★

காட்டாமணக்குத் தின்று
காலஞ்சென்ற
ஆட்டுக்குட்டியைத்
தேடுகிறேன்
வேற்று ஆட்டுக்குட்டிகளின்
சப்தங்களில்!
★

மிரண்டு அடங்குகிற பயணம்
அன்றுமட்டுமென்ன புதிதாய்
நெருப்பில்!
பிள்ளையைத் தூக்கிக்கொண்டு
ஓடுகிறாள் பூ மிதித்து!
★

கூடை நிறைய துணிகளை
வாரிக்கொண்டு போகும்
அம்மாக்களுக்காகவே
கிடக்கின்றன
யார் யாரோ விட்டுச் சென்ற
சோப்புத்துண்டுகள்!

✺

சட்டெனக் குதித்து
கூட்டத்துக்குள் புகுந்து
வயோதிகம் கொண்ட
தாத்தாக்களை
கிச்சுகிச்சு மூட்டும்
குறத்திகளுக்காகவே
வருடந்தோறும் தொடர்கிறது
கோவில் திருவிழா..!

✺

இடையிருந்தும்
குடம் சுமக்கத்
தெரியாமல் போய்விட்ட
நவீனகாலத்துப்
பெண்களுக்கு
தூரமாய்ப் போனது
ஆற்றுப்படுகையும்
ஊற்றுக்கிணறும் மட்டுமல்ல
பிள்ளையைச் சுமப்பதும்தான்!

✦

அம்மா பொரித்துக் கொடுத்த
ரேஷன் அரிசியில்
குறைவாகவே இருந்தது
நாற்றம்
சோறாக்கித் தந்திருந்தால்
சும்மாவே கிடந்திருப்போம்!

✦

ஆடுமேய்த்து
சுள்ளிப் பொறுக்கி
வருபவளை
இழுத்துப்போட்டு
அடிக்கத்தெரியும்
சில அப்பாக்களுக்கு
மதுக்குடித்தனம்
மட்டுமே செய்யத்தெரியும்...
மரக்கிளை மட்கிப்போவது
அடுப்பெரிக்கத்தான்
ஆனாலும் பல நேரம்
எரிந்துபோவது
அம்மாக்கள்தான்!

✸

தைத்து முடித்த துணியிலும்
ஓட்டைகள்
ஊசிப்பாய்ச்சல்!

✸

பாறையில் மோதிய காற்று
வழிந்தோடுகிறது
அடடே..!
காற்றே வலிக்கிறதா!
★

நாய்கள் அழுதால்
ஊருக்குள் சாவு
சனிக்கிழமைப் பிணத்தோடு
உயிர்கோழி
நடுநிசியில் அய்யனார்
வரப்பு நண்டு வாசலுக்கு
வந்தால் அதிஷ்டம்
குடுகுடுப்பைக்காரன் சொன்ன
மந்திரதிருநீறு முகட்டுவலையில்
இருப்பதாய் சண்டை என
எத்தனையோ மூடப்பழக்கங்கள்
ஊருக்குள்!
★

நன்றியுள்ள ஜீவன்களுக்கே
முத்தங்கள் கிடைக்கின்றன...
அழகு ராணிகளின்
நேச வருடல்கள் கிடைக்கின்றன...
நடைபயணங்களின் போதும்
களைத்துத் தூங்கும் படுக்கையறையிலும்
நன்றியுள்ள ஜீவன்களே
தேவதைகளின்
கட்டியணைப்பில் கிடக்கின்றன...
வெளியில் சென்று வீட்டுக்கு
வரும்போதெல்லாம்
நன்றியுள்ள ஜீவன்களே
வரவேற்கின்றன...
அதற்கு மட்டுமே பெண்மையின்
வாசம் நுகர அதிக நேரம்
வாய்ப்பு அமைகிறது...
நன்றியுள்ள ஜீவன்களே
நன்றியாய் இருக்கின்றன!
★

முத்தக்குழி தீவில்

சப்தம் அருந்தும் முன்னம்

முகத்திலெறியும்

காற்றை

வெப்பக்கொழுப்பில்

கரைக்கும்

வித்தை தெரியுமெனினும்

தெரியாவுடல் மஞ்சத்தில்

தேள்கடிக்குதன்ன

திமிரூன்றி நடக்குதன்ன

நிமிர் நெஞ்சத்தில்

சிலதுளி தேன் இதழ்மடிப்பில்

உஷ்ணமாய்ப் பூக்குதடி..!

✡

இருட்டிவிட்டது
வீட்டுக்குப் போகவேண்டுமென்று
அடம் பிடிக்கிறாள்...
ஆற்றங்கரை குளிர்
ஆரத் தழுவுகிறது...
ஆளில்லா தேசம்
அவள் ரொம்ப மோசம்...
கிளிகள் அடையும் சப்தமாய்
கீச்சல் இடுகிறது முத்தம்...
சலசலக்கும் கொலுசு
சலனம் கொள்ளுது மனசு...
சரிகை போட்ட பாவாடை
தாவணியோடு சரிகிறாளே...
இருட்டு இடை மறிக்கிறது
இதயம் படபடக்கிறது
நொறுங்கிப் போகிறாள்
கைக்குள்...
யாராவது வந்துவிடப் போகிறார்கள்
பயம் பற்றிப் படர்கிறது...
சார்... கூரியர்!
✶

உன் ரோமத்தை நீவிக்கடக்கும்
காற்றின் வன்மத்தை
இமையழுந்த
உள்வாங்கிக்கொள்கிறேன்...
குழைந்து கிடக்கும்
இருளின் மிச்சத்தை
இதழ்பிழிந்தே துடைத்தெறிகிறேன்...
ரேகையொடிய தேய்கிறது இரவு...
அழையா விருந்தாளியாய்
சொட்டிக்கொண்டிருக்கும்
மழையின் கடைசியை,
வெட்பம் தோய்த்து
வழியனுப்புகிறோம்
வெளிச்சம் துளிர்விடும் நேரத்தில்
தூக்கம் பழுத்து காய்க்கிறது
பாவமென்ன செய்வாய்
செவ் வாய்!!!

★

விட்டுத்தரமுடியாமல்
கட்டிச் சுவைக்கும் பொழுதுகளில்
முட்டிமோதிடும்
உன் சுட்டித்தனம் பிடிக்கும்...
முத்தம் சுவையென நினைக்கையில்
முற்றும் துறந்திட்டு நிற்கையில்
வெட்கைச் சுகமென்னை
மெல்லத்தின்னுதே..!

✦

நுனியிதழைப் பற்றிக்கொண்டு
வேர்வரை தாவும் சப்தத்தை
அளந்து முடிக்கையில் நடுநிசி
விடியும் கதிர்முனையில்
வேள்வி வளர்ந்த
உன் இடையினில்
வெப்பக்கொழுப்பு!

✦

கொ.அன்புகுமார்

சதைக்கவ்வி
சல்லாபம் உடைத்து
ஒருமிடறு முத்தம் குடித்து
நடக்கிறாய்...
வெட்கை கொண்டயெனை
வெட்கத்தில் மூழ்கடித்துத்
தேய்கிறாய்...
நீ போனபின்னும்
சப்தமில்லாமல்
அழைக்கிறதென் தேகம்
தெரிகிறதா..!
✺

குழைகிற வெட்கத்தை
வெப்பமூட்டி
திடமாக்க நினைத்து
தீர்ந்து போகிறான்
அவளுக்கு
அர்த்த ஜாமத்தில்!
✯

மூங்கிலேறிப் போவோம்
முத்தம் தின்றே சாவோம்
தேனையள்ளித் தெளித்து
மகரந்தங்கள் மொய்ப்போம்
நீயும் நானும் சேரும்போது
மழைகள் கொஞ்சுமா
குட்டையான ராத்திரிகள்
தினமும் கெஞ்சுமா!
✯

உன் ஆடை முழுவதும்
வெப்பச் சலனம்
மழைவருமோ
பெண்ணே!

✸

உனக்கென தோணும்போது
என்னிடம் யார் சொல்வார்
நானே தொலைகின்றேன்
எங்கே கண்டெடுப்பாய்!

✸

இதழோடு மெல்ல மோதி
இமை கூசாமல் பார்க்கிறாள்
மயிர்க்கூச்சம் துடைத்தெறிந்து
என் மேலே சாய்கிறாள்
மொழி உடைத்து பல சிணுங்களால்
தேகம் போர்த்தினாள்
வெட்கக்கூட்டம் எனைச்சூழ
காதல் இழைக்கிறாள்
அதிகாலை அந்திவேளை
எந்நேரமும் காதல்தான்
அடங்காத உயிர்ப்பசிக்கு
நீ போதும் போதும்தான்
நிர்வாணமாய் உன் நினைவுகள்
நீந்துது தாகம்தான்
உன் நிழலண்டிக்கிடக்கையில்
நீயே உலகம்தான்!

★

நீ கோலமிட்டது
எனக்கு வெறும் கோடுகளாகவும்...
நீ கால்பதித்து நின்ற இடமே
எனக்கு கோலமாகவும்
தெரிவதில் பிழையிருப்பதாக
கருதவில்லை பெண்ணே!!!

★

உன் கன்னம் தொட்டு
பேசும்போதும்
என் மீசைமுடிகள் குத்தும்...
உன் கைவளையல்
சப்தமிட்டு
என்னை கொத்தும்...!

★

முகம் முழுக்க குளிர்க்காற்றை
அள்ளித் தெளிக்கும்
ஜன்னலூடே
உன் இதழ் பிளவின்
வெப்பக்கொழுப்பை
மெதுவாய்க் கரைக்கிறேன்...
உன் விழி சொட்டும்
சிறுதுளியையும்
விழுங்காமல் ஏந்தி நிற்கும்
கன்னத்தை
பல் படாமல் கடிப்பதற்கு மட்டும்
பழக்கிவிடு!
✺

தீண்டத்தகா
யென்னெஞ்சத்தில்
உன் தூண்டில் விழிகள் சொடுக்க
மாண்டயென் மனசெல்லாம்
மறுபிறப்பு கொள்ளுதடி....
ஆண்டசாதியென
இனியென் வாழ்வில்
யார் சொல்வார்,
நீயென்னை ஆட்சிகொள்ள
தூண்டிப் பெருகுதடி
துளிர்வானம் தூவுதடி
மழை!

✸

நிழலொடிந்துக்கிடக்கிற
வீதியில்
கொட்டிக்கிடக்கிற
கொன்றைப் பூக்களின்
வாசம் அப்பிக்கிடந்த
எறும்புகள்!
உன் கால் தடங்களை
சர்க்கரையென நினைத்து
மொய்க்க
உதறிவிட்டுப் போகிறாய்
ஒற்றை எறும்பொன்று
உனை மொத்தமாக
இழுத்துச்செல்ல
துணிந்தபோதும்
அதைத் தட்டிவிட்டு நடக்கிறாய்...
இந்தப் பிறவியில்
மோட்சம் பெற்றதாய்
செத்துப்போன எறும்பின்
கடைசி ஊர்வலத்தைக்
காணாமலேயே!

✱

ஈரம் கசியும்
இதழோரம்
அடடா என்ன
வெப்பக்கோலம்...
ஆசையோடு பிடிக்கும்
போதெல்லாம்
தப்பிப்போகும்
தும்பியைப்போலவே
நழுவியோடுகிறாய்
என் முந்தானைக்காடே!
★

சொற்கள் தீரும்
உந்தன் முன்னால்
ஏனோ மௌனம் பூ பூக்கும்...
உன் கண்கள் பேசும்
வார்த்தை யாவும்
மெல்லுதட்டில்
தேன் பாய்ச்சும்...
உன் முட்டை விழிகள்
என் உணர்வுப் புற்றில்
காதல் தடவி நிற்குதடி...
உந்தன் புடவைப் பூவாய்
மாறிடத்தான் மனசு
இங்கே அலையுதடி...
எனைத்தொட்டுத் துளிர்க்கும்
கன்னித் திமிரே
முத்தக்கனலில் மூழ்குகிறேன்
ஏனோ என்னை விழுங்குகிறாய்..!

✦

சுளைப்பிரித்து
கவ்விக்கொண்ட
பொழுதுகளில்
உன் இதழ்ரசம்
என் உயிர்முடிச்சுகளில்
மடக்கு மடக்காய்
இறங்கக்கண்டேன்...
தேகத்தில்
புது நெருப்பைப்
பூட்டுகிறான்...
பசியின் சுவாளை
அவளது கண்ணுக்குள்
தனலாய்த் தகிக்கிறது!

✵

அடுப்பங்கரை நுழைந்து
உன்னை அமரவைத்து
போட்டிக்கு
வெங்காயம் நறுக்குகையில்
சட்டென அறுபட்ட விரல்சதையில்
வழிந்த உதிரம் கண்டு
துடிதுடித்துப்போய்
உன் இதழுக்குள் இழுத்துச்சென்றாய்
என் விரலை
எடுக்கவே மனமில்லை
என்ன செய்வேன்!
உனக்காகவே
சமையல் கற்றுக்கொள்ள
நினைக்கிறது மனம்
என்ன வேண்டும்
சொல்!
★

விழிகளுக்குள்
மூடிவைத்திருக்கிறாய்
இரவை...
கொஞ்சம் கண்களைத்
திறந்து பாரேன்
விடியட்டும்!

✹

நினைவுகளை
எழுதும்போது
கனத்துப்போகிறது
காகிதங்கள்
அழுத்தக்காரிதான்
நீ!

✹

வெட்கத்தை உலர்த்திவிட்டுப்
போறவளே..!
என் சாதிக்கிற வெறியை
தளர்த்திவிட்டுப் போவது
நியாயம்தானா..!
★

உன்னை வாசிக்கத்
தொடங்கியதிலிருந்து
இன்னொரு அழகியல்
உலகம் தென்படுகிறது...
காலில் தொடங்கி
நெற்றியில் முடியும்
முத்தங்களினால்
என் ஆணாதிக்கம்
அடியோடு சாய்கிறது..!
★

உன் இதழ் தேய்மானத்திற்கு
நான்தான் காரணமென்று
இழப்பீடு கேட்கிறாயே
ஞாபகம் இருக்கிறதா
உன்னுடன் என்சைம்
பரிமாறிக்கொண்டபோது
போட்டுக்கொண்ட
முத்த ஒப்பந்தம்!

✸

தேனையள்ளி
தீட்டிவிட்டான்
தீஞ்சுவைப் பெண்ணே
திமிறிக்கிடக்குது
உன் கொழுப்பெல்லாம்..!

✸

இதழ்களின் ஈரப்பசையில்
என்னை இளக்கியெடுப்பவளே
உன் தேகச்சூட்டின்
சுவை புரியாது
தவிக்கிறேன்
சொல்லடி சொர்க்கம்
பூமியில்தானா..!

★

இடமிருக்குது
முன்னே
இதழ்கொதிக்குது
தன்னே
வலம் நொறுக்கிய
ஆணே
இடமிருக்குது வா!

★

உன்னைச் சந்திக்கும்போது மட்டும்
அனிச்சைச் செயலொன்று
துணிச்சல் கொள்ளுதடி
வெட்கத்தைத் தின்று!
★

கசங்கிய இதழ்கள்
அழகில்லையென்று
யார் சொன்னது
அவளுக்கு முத்தம்!
★

இளஞ்சூட்டு வெப்பத்தில்
நீ இடைமறித்து
எனை வாரிக்கொள்ளும்போது
உன் லாகவம் மிகப் பிடிக்கும்
என் நாசியின் உஷ்ணத்தை
வாங்கிக்கொள்கிறது மீசை
முத்தத்தின் குளிர்ச்சியை
இதழ்கள் தின்றுகளிக்கின்றன
சட்டென மோதி
நிதானம் இழக்கிறேன்.
கனல் பூக்கிறது சரீரத்தில்
கொஞ்சமேனும் விட்டுத்தராத
உன் அரவணைப்பில்
கொஞ்சும் வியர்வையை
துடைத்தெறிந்தேன்
அஞ்சுகின்றப் பெண்மையை
ஆள்வதற்கோ
ஆண்மைத் தவறேல்!
★

நீ குளித்துவிட்டு வருகிறாய்
உன் முதுகெங்கும்
மழை முத்துகள்...
குழைந்து குளிர்கிறது
முத்தக் குமிழிகள்...
வெப்பம் தேடும்
என் ஈர இதழ்கள் நடுங்குகின்றன
தாழிட்டுத் தடுமாறுகிறேன்...
வெப்பச்சலனம் மேனியெங்கும்
தித்திக்குது உயிரே!

✦

அட்சய திருதியை அன்று
உன்னை மணமுடிக்க ஆசை...
தங்கம் கைபிடித்தால்
நல்லது தானே!

✦

புங்கை மரம் சொரியும்
நிழலண்டி
பூத்துக்கிடக்கிற பூவின்மேல்
எள்ளி நகையாடி
சிரிக்கிறாள்
இந்தப் பூ
என் செய்வேன்!
கொள்ளிக்கண் பார்வையோடு
குளிர்மனம் ஏந்திக்கொண்டாட
கொழுப்பெல்லாம்
கொதிக்குதடா
என் செய்வேன்!

★

விழிகள்
வலிக்கின்றன
இறங்கிப் போ!

★

அடியே வெப்பக்காடே...
தனல் பூத்து தகிக்கிறது
தாங்குமோ
உன் இதழ் மடல்
விரசம் கொண்ட காற்று
விழுந்து விழுந்து
அணைக்கிறது
பார்த்துக்கொள் உனை
பத்திரமாக..!

★

எப்படி எப்படியோ
தெரிந்துகொண்டோம்
இதழுரசலில்
என்சைம் பரிமாற்றம்...
முத்தசங்கீ(கே)தம்!

★

சாளரங்களினூடே
கசியும் குளிரை
முடிந்துகொள்கிறேன்
இருண்ட மேகம்
திரண்டு மூடுகிறது...
ஆட்டுக்குட்டியொன்று
அலைமோதியென்
அருகே வரக்கண்டேன்...
ஓடி ஒண்டிய திண்ணை வீட்டுக்கு
நனைந்தும் நனையாமலும்
வந்து நிற்கிறாள்
ஒரு பேரழகி...
வெப்பம் மோதுகிறது...
அவள் உடல் துவட்ட
என் இதழ் கேட்டால்
என்ன செய்வேனோ!

★

ஆப்பிளுக்கும்
பூமிக்கும் காதல்
புவியீர்ப்பு
விசையென்று
கதையளக்கிறான்
நியூட்டன்!
★

நீ சாய்ந்த இடமெல்லாம் வலி
ஒத்தடம் கொடுப்பதற்கும்
நீ தான் வரவேண்டும்..!
★

நீ ஜன்னலோர இருக்கையில்
அமர்ந்திருப்பது
தென்றலுக்கான வரம்!
★

ஒரு கவிதையை
காகிதத்தில்
எழுதி விட்டேன்
நீ மட்டும்தான்
வெளியில்
உலவிக்கொண்டிருக்கிறாய்!
★

உன்னை மோதிவிட்டு
வந்த காற்று
என்னிடமல்லவா
சிலுத்துக்கொள்கிறது!

★

என் பற்கள் விசும்பி
கிழிபட்ட
இதழின் காயத்தை
எச்சில் தொட்டே
ஆற்றவேண்டுமென
அடம்பிடிக்கிறாய்...
நானோ நிர்வாணமாய் கிடக்கும்
உன்னிதழ்களை
மூடிக்கொள்ளவே
புதைகிறேன்!

★

என் யாமத்தின்
கிளைகளில் ஏறி
துளிர்க்கும்
உன் வெளிச்சப்பொழுதை
அள்ளிக்கொண்டு நழுவுகிறேன்...
பகலெனப் பாராமல்
நீ கேட்குமந்த
இதழ்கடலில் சேர்ந்தே
மீன் பிடிக்கிறோம்...
ஆயினும் உணர்ச்சிப் பெருங்கொழுப்பில்
திமிறியோடுகிறது
உன் வெட்கம்..!
பிடித்தும் பிடிக்காமலும்
நகரும் மந்தகாசத்தை
பிடிக்குமெனினும்
பிணிக் கோர்க்கும்
தனிமையின் உச்சத்தையென்
சொல்வேன்
போதும் இதற்குமேல் வாழமுடியாது..!
போதும் இதற்குமேல் சாகவும் முடியாது!
★

உன் கண்கள் செய்த
கலவரத்தில்தான்
எறியப்பட்டது காதல்!

★

குளக்கரையில்
கொக்குக் கூட்டம்
அவள்
குளிக்கிறாளாம்..!

★

நீ போகும் சாலையெல்லாம்
பூக்களை உலுக்கிவிட்டுப் போகிறது
வேகமாய் வரும் காற்று!

✱

நம் காதலை யாருக்கும்
தெரியாமல்
ரகசியமாக வைத்திருக்கவே
நினைத்திருந்தேன்
கடைசிவரை உனக்கே
தெரியாமல் போகுமென்று
கனவிலும் நினைக்கவில்லை!

✱

காதலில் நம்பிக்கையில்லை
என்கிறாய்
குறைந்தது ஐம்பது
முத்தங்களாவது
இல்லையென்றால்தானே
என் மீது நம்பிக்கையில்லா
தீர்மானம்
கொண்டுவர முடியும் ..!

★

நான் வேண்டி நீ தூண்டி
நாகரிகம் இல்லாமல் போனது
கட்டிலில் காமம் உடைத்து..!

★

நீல நிறக் குடையை

உன் தோளில் சாய்த்து

வரும்போதெல்லாம்

மீன்கொத்தியின் நினைவு வரும்

புள்ளிமான் குட்டி

உன் சாயல்கண்டால்

மடி தேடி ஓடிவரும்!

✸

உன் உதடு கீறி

என் உயிரறுந்த கதையை

அறியாமலேயே

போய்விட்டாய்

அன்றிரவு

உன் தேக நெருப்பில்

சிக்கி முக்கி கற்களாய்

உரசினேன்

உஷ்ணம் வந்ததா

சொல்!

✸

உன் தேக வனப்பை
பாலைவனமாக வர்ணிக்கிறேன்
மணற்சோலையில்
காற்று நடந்தது
போலவே இருப்பாய்
நெருப்பாய்...
ராத்திரியில் ரகசியமாக
ரவிக்கையிங்கே
அவசியமா என கேட்கிறேன்
உன் நிர்வாணத்தில் சாய்ந்துகொண்டே
வறண்டு போகும்போதெல்லாம்
முத்தம் தின்பேன்
எடுத்ததை எடுத்த இடத்தில்
வைப்பதற்கே முயற்சி செய்து
மீண்டும் மீண்டும்
தொடர்கிறது முத்தமழை...
★

கத்திரிப்பூ கலரிலும்
வெளிர் கொக்கு நிறத்திலும்
வெண்ணைத்தாழி
அழகிலும் அலங்கரிக்கும்
உன் துப்பட்டாவின் மென்மை
உன் இதழ்களைவிட
மிருதுவானவை
வெயிலிலும் மழையிலும்
உன் கேசத்தை நீவும்
துப்பட்டாக்களே
காதலின் இலக்கியம்!

★

உன் முந்தானைக்காட்டில்
முந்நூறு பூக்களை
நெய்தவன்
எவ்வளவு ரசனைக்காரனாய்
நூலிழையில்
பூ நட்டிருக்கிறான்!
✮

விவாதம் இல்லை என்பதற்காக
விதி எண் 110 -ன் கீழ்
தினந்தோறும் ஆயிரம் முத்தங்கள்
அறுவடை செய்யப்படும் என்கிறாயே
அவையில் உள்ளவர்கள்
என்ன நினைப்பார்கள் ?
காதல் சபை..!
✮

உனைக் கண்டுகொள்ளாதவனைக் கடந்துபோ...
கவனிப்பான்!

✡

நீ நீயாக இரு, நெஞ்சில் வஞ்சம் அறு!

✡

எல்லாவற்றுக்கும் வளைந்து கொடுக்காதே,
முறித்துப்போட்டுவிடுவார்கள்!

✡

உன்னை யாருக்கும் நிரூபிக்க வேண்டிய அவசியமில்லை.
ஆனால், உனக்கு உன்னையே நிரூபிக்க வேண்டிவரும்!

✡

உன்னைப் புதுப்பித்துக்கொண்டே இரு,
இல்லையெனில் புதைத்துவிடுவார்கள்!

✡

சில கெட்டக் கனவுகளை விடியும் வரை கட்டிக்கொண்டு
கிடப்பதை விட, பாதி ராத்திரியில் திடுக்கிட்டு எழுவதே மேல்!

✿

விழுதுகளின் புலம்பல் வேர்களுக்குக் கேட்பதும் இல்லை,
கேட்கப்போவதும் இல்லை!

✿

நீ ஆழம் என்று நினைப்பதெல்லாம் மேடுகளாகவும்,
மேடு என்று நினைப்பதெல்லாம் ஆழமாகவும் இருக்கலாம்!

✿

சில நேரம் வைக்கும் குறி தவறிவிடலாம்,
ஆனால் குறிவைக்கத் தவறாதே!

✿

எங்கே புறக்கணிக்கப்படுகிறாயோ
வேறோர் இடத்தில் நீ கொண்டாடப்படுவாய்!

✿

கதைகளற்ற வாழ்வு கரைகள் இல்லாத கடல் போன்றது.
அங்கே நீர் இருக்கலாம், ஆனால் நிஜங்கள் இருப்பதில்லை!

✡

வேர்கள் எப்போதும் வெளிச்சத்துக்கு வருவதில்லை,
அதை வளர்ந்த மரங்களும் கண்டுகொள்வதில்லை!

✡

நிராயுதபாணியை எப்போதுமே தாக்காதே,
எதிர்க்கும் எவரையும் எதிர்த்தே நிற்கவேண்டிய அவசியமில்லை!

✡

ஈகோவைத் தொலை, அதுவே வைக்கிறது உலை!

✡

ஒவ்வொரு நாளும் வாழ்க்கையின் ஆழத்தை அளக்கமுடியுமே தவிர
ஒரேடியாக அளக்க முடியாது!

✡

விலகிப் போனவர்களைப் பற்றிக் கவலைப்படுவதில்லை...
அவர்கள் விரும்பித்தான் போனார்களா?

✡

கொ.அன்புகுமார்

பசித்திருத்தல் என்பது வெறும் வயிற்றோடு இருப்பது மட்டுமல்ல..!

✡

யார் யாருக்காகவோ வாழ நினைத்து கடைசியில்
வாழ நினைத்ததை வாழ முடியாமலேயே போய்விடுகிறது!

✡

கொழுத்த எல்லா இலைகளும் ஒரு நாள் சருகாய் மாறும் என்பது
தான் இயற்கையின் நியதி.

✡

இது தான் வாழ்க்கையென வரையறுத்தவன் யாருமில்லை...
அது தான் வாழ்வென வாழ்ந்து முடித்தவன் உயிரோடு இல்லை...
பிடித்ததை வாழ்ந்துவிடு...

✡

ஓடுவதை அல்ல, விழுவதையே விரும்பி வேடிக்கைப் பார்க்க
காத்திருக்கிறது ஒரு கூட்டம்...

✡

உதிர்ந்த பூக்கள் யாவும் மரத்தால் கொண்டாடப்பட்டவைதான்!

✿

ததும்பி வழிந்தாலும் விழுந்துவிட வேண்டும், கவனமாக இரு!

✿

கனவுகளைத் தின்று வளர்ந்த பறவைகள், சிறகு தளர்த்துவதில்லை!

✿

சிலநேரம் விலகி இருத்தலில்கூட விரும்புவதும் இருக்கிறது!

✿

எதிலும் அகப்பட்டுவிடாதே எல்லாவற்றிலிருந்தும்
தப்பியும் விடாதே!

✿

அம்மிக்கல்லில் நசுங்கும் மாம்பிஞ்சுகளின் தேகத்தில்
உப்புக்கற்களாய் கரைகிறது வாழ்வின் ருசி!

✿

கொ.அன்புகுமார்

சில செடிகள் வேலி தாண்டிய பிறகே
தனக்கான எல்லையைத் தீர்மானிக்கின்றன!

☼

பெருமழையை யாசிக்கும் குளத்திற்கே தெரியும்,
அது நீண்டவொரு கோடையைத் தாங்கும் யுத்தம்!

☼

பறவைகள் இல்லையெனில் வானம் தரிசுக் காடாய்க் கிடந்திருக்கும்!

☼

வாழ்க்கையை மெதுவாய்ப் பிடித்தாலும் ஓடிவிடும்,
அழுத்திப்பிடித்தாலும் அலறிவிடும்... அதுவாய்ப் போகட்டும்..!

☼

மனிதனாக இருப்பதுதான் கடினம்,
தெய்வமாக வேடிக்கைப் பார்ப்பது சுலபம்!

☼

தேடிக்கொண்டே இருப்பதைவிட கையிலிருப்பதையும் கவனி!

✿

ஏதோவொரு தருணத்தில் தவறவிட்டது சரியென்றாகிறது,
சரியென நினைத்தது பலவும் தவறாய் ஆனது இப்போது!

✿

ஆலமரங்களின் வேர் முடிச்சுகளில் இருக்கிறது...
அதன் உயரங்களுக்கான சக்தி!

✿

தென்றல் காற்றுக்கு கிளை முறிக்கவும் தெரியும்!

✿

விதைநெற்கள் உடனடியாகப் பசியாற்றுவதில்லை,
பசியாற்றும் நெற்கள் எல்லாம் விதைநெற்கலாவதில்லை!

✿

சினங்கொள்... சிந்தைத்தெளி...
பகைமற... என பலர் சொல்லலாம்.
எனினும் ஒரு நாள் நீ விரும்பாமலும்
உனக்கான களம் வந்தே தீரும்!

✿

சில உறவுகள் வரும் போகும்.
சில உறவுகள் வரும் ஆனால் போகாது!

✿

வாழ்க்கை வசப்பட்டவனுக்கு வாழத்தெரியலே...
அகப்படாதவனுக்கு வாழ மட்டுமல்ல, சாகவும் தெரியலே!

✿

உயிரோடு சில மனங்கள் புதைக்கப்படுகின்றன, பணத்தைத் தள்ளி!

✿

குடித்துவிட்டுச் சென்ற தேனுக்காக மறுநாளும் சாமரம் வீசுகின்றன
வண்டுகள்!

✿